AF744711

Kaffilistin

100 skapandi uppskriftir fyrir kaffið. Frá klassískum drykkjum til einstakra rétta og eftirrétta, skoðaðu hina mörgu bragði og möguleika á að elda og baka með kaffi

Helga Andrésdóttir

Efnisyfirlit

KYNNING

Kaffi er einn af þeim drykkjum sem oftast er neytt á morgnana, eftir aðalmáltíðir eða síðdegis til að fylgja með snarli eða einfaldlega til að halda svefni og leti í skefjum.

- Kaffi er meira en bara morgunmatur; þetta er fjölhæft hráefni sem hægt er að nota í margs konar sætar og bragðmiklar uppskriftir.
- Með „Kaffimatreiðslubók" muntu uppgötva hina fjölmörgu bragðtegundir og möguleika þess að elda og baka með kaffinu, með 100 skapandi og girnilegum uppskriftum.
- Allt frá klassískum kaffidrykkjum eins og latte og cappuccino til einstakra uppskrifta eins og kaffisteik og kokteila með kaffi, þessi matreiðslubók býður upp á eitthvað fyrir alla kaffiunnendur.
- Kaffi er ekki aðeins ljúffengt, það er líka fullt af heilsubótum, þar á meðal andoxunarefnum sem geta hjálpað til við að berjast gegn bólgum og sjúkdómum. Með „Kaffimatreiðslubók" geturðu notið allra kosta þessa fjölhæfa hráefnis á nýjan og spennandi hátt

Ennfremur munu aðdáendur drykkjarins gleðjast að læra að hægt er að nota allar tegundir baunanna í bæði sæta og bragðmikla rétti og í margs konar uppskriftir. Með það í huga hef ég tekið saman lista yfir bestu kaffiuppskriftirnar sem þú getur prófað strax!

KAFFUPSKRIFTIR

1. Bedúínakaffi

hráefni

- 750 ml af vatni
- 2 teskeiðar af nýmöluðum kardimommum
- 1 tsk kanillduft
- 1/2 tsk nýrifinn engifer
- 8 teskeiðar af nýmöluðu mokka
- 2 tsk af sykri

undirbúningur

1. Fyrir kaffi í bedúínastíl skaltu setja krydd og engifer í pott. (Dæmigerð kaffikanna með handfangi er best fyrir þetta.)
2. Bætið nú við vatni og látið suðuna koma upp. Lækkið hitann í lágmarki og setjið lok á vatnið (svo að ekki of mikið vatn gufi upp) látið malla í 10 mínútur.
3. Bætið mokkanum og sykrinum saman við, hrærið einu sinni og leyfið kaffinu að malla undir loki í 5 mínútur. Hellið í litlar skálar og berið fram.

2. Sætmjólk og kaffibaka

Hráefni (deig)

- 200 grömm af möluðu maíssterkjukexi
- 100 grömm af smjöri
- $\frac{1}{2}$ bolli heitt síað Pimpinela Golden kaffi
- 1 teskeið af efnageri

Undirbúningur

1. Forhitið ofninn í 180°.
2. Bræðið smjörið í kaffinu og blandið því smám saman við mulda kexið sem þegar hefur verið blandað saman við gerið. Fóðraðu lausan ramma (20 cm í þvermál) í 1/2 cm hæð. Bakið í 30 mínútur.
3. Fjarlægðu og bíddu að kólna.

3. Súkkulaði- og kaffikaka

Hráefni

Kaka:

- 1 3/4 bollar af hreinsuðum sykri 2 ½ bollar af hveiti
- ½ bolli kakóduft 50%
- 1½ teskeið af matarsóda
- 1½ teskeið af efnageri
- 1 teskeið af salti
- 2 stór egg, stofuhita
- 1 bolli af mjólk
- 1 teskeið af ediki
- 2 teskeiðar af vanillu
- 240 ml af Santa Clara heitu brugguðu kaffi
- 1 bolli af jurtaolíu

Þak:

- 125 g af smjöri við stofuhita
- 1 bolli kakóduft 50%
- 2 ½ bollar af flórsykri
- 2 matskeiðar af laguðu kaffi
- ½ teskeið af vanillu

Undirbúningur:

Kaka:

1. Hitið ofninn í 200 gráður.
2. Smyrjið og stráið kakódufti (eða hveiti) yfir 33 x 23 cm mót.
3. Blandið saman sykri, hveiti, kakói, matarsóda, lyftidufti og salti í stóra skál og blandið vel saman. Bætið við eggjum, mjólk, ediki, vanillu, kaffi og olíu. Blandið öllu saman með fuet, eða með handþeytara í 2 mínútur. Sett í tilbúið form og bakað í 30-40 mínútur, eða þar til

tannstöngull sem stungið er í miðjuna kemur hreinn út. Látið kólna í 10 mínútur áður en áleggið er sett á.

Þak:

1. Bræðið smjörið við vægan hita í meðalstórum potti. Slökkvið á hitanum og bætið kakói við. Snúðu hitanum á meðalhita og eldaðu þar til það byrjar að sjóða. Slökkvið á hitanum og bætið við sykri, kaffi og vanillu. Blandið vel saman með fúa. Látið kremið kólna í 10 mínútur þar til það þykknar aðeins. Smyrjið strax ofan á kökuna í forminu. Ekki láta kremið verða of kalt því þá verður erfitt að dreifa henni yfir kökuna.

4. Vetrar kardimommur og kanil latte

hráefni

- 1 dós(r) af kókosmjólk (að öðrum kosti vegan þeyttum rjóma)
- 6 kardimommur
- 2 stangir (s) kanill
- 160 ml kaffi
- 100 ml möndlumjólk (eða haframjólk)
- Kanill (malaður, til að stökkva á) undirbúningur

2. Fyrir vetrarkardimommu-kanil latte, setjið kókosmjólkina fyrst inn í kæli yfir nótt.
3. Daginn eftir er kókosmjólkin tekin úr kæliskápnum, hert kókoskremið tekið úr dósinni og varlega, án þess að blanda því saman við vökvann, hellt í kælda skál. Blandið með handþeytara þar til rjómakennt.
4. Setjið kardimommubungurnar og kanilstangirnar í stóra krús og hellið nýlagaða kaffinu yfir.
5. Hitið mjólkina á eldavélinni á lágu stigi.
6. Sigtið kardimommuhylkin og kanil úr, skiptið kaffinu á milli tveggja bolla og blandið svo heitu mjólkinni saman við.
7. Hellið 2 til 3 matskeiðum af kókosrjóma í hvern bolla og stráið vetrarkardimommum-kanil latte með kanil.

5. Súkkulaðibananakaka

hráefni

- 2 bananar (mjög þroskaðir)
- 250 ml af undanrennu
- 300 g heilhveiti
- 1 tsk lyftiduft
- 1 saltdós
- 50 g dökkt súkkulaði
- 150 grömm af sykurblöndu

1. Forhitið ofninn í 160°C.
2. Fyrir bananasúkkulaðikökuna, aðskiljið eggin og maukið bananana með mjólk og eggjarauðu. Sigtið hveitið með lyftidufti og salti.
3. Rífið og blandið dökka súkkulaðinu saman við og hrærið síðan maukaða banananum saman við.
4. Þeytið eggjahvítur í snjó og hrærið sykri saman við. Látið eggjahvítuna renna ofan á bananadeigið og blandið varlega saman við.
5. Klæðið brauðformið með bökunarpappír og bætið blöndunni út í.
6. Bakið bananasúkkulaðikökuna í forhituðum ofni við 160°C í góða klukkustund.

6. Caffè latte

hráefni

- □ 150 ml nýmjólk (3,5%)
- □ 1 espresso undirbúningur

1. Fyrir Caffè Latte skaltu hita mjólkina í rafmagnsmjólkurfroðu og froðu. Hellið í hátt glas. Annaðhvort láttu espressó renna beint í glasið eða, ef glasið passar ekki undir vélina, helltu því í glasið með því að nota bakið á skeið. Þetta skapar dæmigerð 3 lög!
2. Berið caffè latte fram með dökku súkkulaðibita eða kex (cantucci).

7. Heimabakað latte kaffi

Hráefni

- Kaffi - 9 baunir
- Vatn - 30 ml
- Fitumjólk (3,5%, heimagerð) - 150 ml
- Sykur eftir smekk undirbúningur

1. Malið kaffibaunirnar í kaffikvörn.
2. Hellið nýmöluðu kaffi í Turk, hellið köldu vatni.
3. Setjið kalkúninn á lágan hita, eldið þar til froðan fer að lyfta sér.
4. Um leið og froðan fer að lyfta sér skaltu taka kaffið af hellunni.
5. Hitið mjólk, en ekki sjóða! Mjólk ætti að hita upp (um 80 gráður).
6. Þeytið mjólkina þar til hún er loftkennd froða.
7. Hellið helmingnum af mjólkinni í latteglas.
8. Sigtið kaffið í gegnum sigti í glas. Hellið espresso í glasið í þunnum straumi meðfram hlið glassins.
9. Setjið tilbúna mjólkurfroðu ofan á. Settu strá í glas með drykk. Heimabakað latte kaffi er tilbúið.

8. Irish Coffee

hráefni

- 100 ml írskt viskí
- 4 bollar heitt kaffi
- 3 msk púðursykur
- 100 g þeyttur rjómi
- hrásykur til skreytingagerðar

1. Hitið kaffið, viskíið og sykurinn vel á meðan hrært er og leysið sykurinn upp og hellið því næst í forhitaða glerbolla.
2. Þeytið rjómann létt og berið fram sem hettu á kaffið, stráið smá púðursykri yfir.

9. Banani með súkkulaðikaffi

hráefni

- 2 msk sítrónusafi
- 1 msk sykur
- 1 klípa vanillukvoða
- 1 banani
- 2 msk súkkulaðisíróp
- 400 ml heitt kaffi nýlagað
- 150 ml mjólk
- kakóduft til að strá Undirbúningsskref

1. Hitið sítrónusafann að suðu ásamt sykri, vanillu og 100 ml af vatni í potti. Afhýðið og skerið banananann í teninga. Hellið í pottinn, látið malla í 1-2 mínútur og takið af hellunni. Látið kólna aðeins og fyllið síðan í 4 glös.
2. Blandið sírópinu saman við kaffið og hellið varlega yfir bananana nema 2 msk. Hitið restina af kaffinu með mjólkinni og blandið þar til það er froðukennt. Hellið yfir kaffið og berið fram smá kakói yfir.

10. Karamellukaffi

hráefni

- 2 döðlur (Medjool; án steins)
- 1 klípa vanilluduft
- 150 ml mjólk (3,5% fita)
- 400 ml nýlagað kaffi

Undirbúningsskref

1. Maukið döðlurnar fínt með 2 msk af vatni og vanillu. (Vegna þess hve lítið magn er, þá virkar þetta best með handblöndunartæki í glasi sem er aðeins stærra í þvermál en efst á handblöndunartækinu.)
2. Setjið helminginn af döðlumaukinu í gegnum lítið sigti í glasið og hellið nýlaguðu kaffi í glasið. Gerðu það sama með restina af döðlumaukinu.
3. Hitið mjólkina í lítilli mjólkurkönnu og þeytið með mjólkurfreyði þar til hún er froðukennd. Smyrjið á kaffikaramelluna og berið fram strax.

11. Mjólkurkaffi

hráefni

- 250 ml kaffi
- 250 ml mjólk (1,5% fita)

Undirbúningsskref

1. Sjóðið kaffi, hitið mjólk og froðu upp með mini quirl. Skiptið kaffinu í 4 bolla, hellið mjólkinni út í og setjið froðuna á með skeið.

12. Kaffi með kardimommum

hráefni

- 200 ml nýmjólk
- 1 kardimommubelgur
- 1 kakóduft
- 400 ml af nýlaguðu kaffi
- Sykur eftir smekk

Undirbúningsskref

2. Hitið mjólkina með pressuðu kardimommuhylkinu og kakóinu og látið malla í um það bil 10 mínútur. Hellið í gegnum sigti og dreifið helmingnum af kaffinu á milli bollanna. Hrærið restinni saman við mjólkurfrostara og hellið út í kaffið.
3. Berið fram og sætið eftir smekk.

13. Kalt espressó

hráefni

- 40 ml espressó
- 4. ísmolar
- 60 ml þétt mjólk (7,5% fita)

Undirbúningsskref

1. Undirbúið espressó samkvæmt leiðbeiningunum á pakkanum. Setjið þetta strax í kalt í um 30 mínútur.
2. Setjið ísmola í glas og hellið köldu espressóinu yfir.
3. Hellið þéttu mjólkinni hægt í glasið með skeið og berið fram strax.

14. Ískalt mokka- og myntuhristingur

hráefni

- 600 ml sterkur espresso
- 150 g sykur
- myntu súkkulaði til skrauts
- myntu súkkulaðisíróp eftir smekk

Undirbúningsskref

1. Leysið sykurinn upp í heitu espressóinu. Látið kaffið kólna, setjið það svo í frysti og hrærið kröftuglega í 2-3 klst. Á 20 mínútna fresti. Ef vökvinn samanstendur nánast eingöngu af ískristöllum, maukaðu þá einu sinni með handblöndunartækinu eða í blandara.
2. Kryddið eftir smekk með myntu súkkulaðisírópi. Fylltu granítuna í 4 glasbolla og berið fram skreytt með myntu súkkulaði

15. Rommkaffi með rjóma

hráefni

- 25 g grófmalað kaffi (4 teskeiðar)
- 150 ml þeyttur rjómi
- 4 stykki sykurmoli eftir smekk
- 160 ml brúnt romm
- súkkulaðispænir til að strá yfir

Undirbúningsskref

1. Hitið 600 ml af vatni að suðu, hellið kaffiduftinu í forhitaða könnu og fyllið upp með vatni. Látið malla í 5 mínútur.
2. Þeytið rjómann þar til hann er froðukenndur. Skolið glösin með heitu, bætið við 1-2 sykri teninga með 4 cl rommi, hellið kaffinu í gegnum mjög fínmöskjulegt sigti og setjið smá rjóma á hvern topp. Berið fram með súkkulaðispæni yfir.

16. Konfektkaffiuppskrift

Hráefni í Candy Coffee Uppskriftin:

- 20g af súkkulaðisírópi
- 20 g af þéttri mjólk
- 150ml nýlagað Santa Clara kaffi

Blandið öllu saman og njótið!

17. Bavarian Coffee Cream

Innihald fyrir bæverska kaffikremið

- 1 matskeið af skyndikaffi
- 1 bolli af muldum ís
- 1 matskeið af kakódufti (eða Chocolatto) □ ½ bolli af mjólk
- 25 ml af óbragðbættu gelatíni leyst upp í 1 matskeið af volgu vatni
- 4 eggjarauður
- 1 matskeið af sykri
- 1 bolli af rjóma te

Hvernig á að búa til bæverska kaffirjómauppskriftina

1. Setjið kaffi, matarlím, mjólk í blandara og þeytið þar til allt leysist upp.
2. Bætið kakói/súkkulaði, sykri út í, þeytið aftur.
3. Að lokum er rjómanum, eggjarauðunum og muldum ís bætt út í. Bankaðu aftur. Setjið í glös og kælið í 2 klst. Berið fram með berjum.

18. Ískaffi með ís

Hráefni

- 1 brenndur kókoshnetuspúði
- 200 ml af ískaffi með mjólk 3 hjörtu.

Undirbúningshamur

1. Blandið kaffinu í blandara með brenndu kókosbollunni.
2. Setjið í glas af mjólkurhristingi og berið fram strax.

19. Ískaffi með kókos og karamellu

Hráefni

- 1 tsk af leysanlegri pimpernel
- 50 ml af heitu vatni
- 100 ml af kókosmjólk
- 50 ml af mjólk
- 50 ml af kókosvatni
- 1 tsk af sykri (má vera kókossykur)
- Karamellu síróp
- þeyttur rjómi

Undirbúningur

1. Útbúið skyndikaffi með 50 ml af heitu vatni. Bíddu þar til það kólnar. Setjið það í ísmolabakka ásamt kókosvatninu og látið kólna.
2. Þegar það er í formi ís, þeytið í blandara með mjólk, kókosmjólk og sykri. Setjið í glas og hyljið með þeyttum rjóma og karamellusósu.

20. Cappuccino skot með vanillu og salti

Hráefni

- 1 skeið af góðum vanilluís (mjög stór)
- 2 matskeiðar af Cappuccino Classic 3 hjörtum
- 1 teskeið af bleiku Himalayan salti (geymdu ½ matskeið til að strá ofan á)

Undirbúningur

1. Blandið ísnum, cappuccino og hálfri skeið af salti í blandara.
2. Sett í bikara og fryst í 2 klst. Þegar borið er fram, stráið afganginum af salti ofan á.

KÖKUUPSKRIFTIR

21. Kókoshnetukaffi Brownie

Hráefni:

- 1 tilbúinn blöndunarbox fyrir brownies
- 3 egg
- 1/3 bolli jurtaolía
- 60 ml af laguðu kaffi
- 200 g rifin kókos
  1 bolli af ristuðum möndlum
- $\frac{1}{4}$ teskeið af möndluþykkni
- 1 dós af þéttri mjólk
- Súkkulaðihlíf

Undirbúningur:

1. Hitið ofninn í 180 C. Setjið tilbúna blönduna fyrir brownies, egg, kaffi og jurtaolíu í skál og blandið þar til vel blandað saman. Setjið blönduna í smurt form og bakið í 20 mínútur eða þar til tannstöngull sem stungið er í miðjuna kemur nánast hreinn út.
2. Á meðan brúnkökurnar eru að bakast í ofninum skaltu blanda kókoshnetunni, möndlunum, útdrættinum og þéttu mjólkinni saman þar til þau eru vel sameinuð. Þegar brúnkökurnar eru orðnar alveg rétt, takið þær úr ofninum og dreifið kókosblöndunni varlega ofan á. Setjið formið aftur í ofninn í 15 mínútur í viðbót.
3. Látið kólna í 1 klukkustund og skreytið með súkkulaðikremi.

22. Sækt ávaxtakaka

Hráefni:

- 1 1/3 bolli (te) af sykruðum þurrkuðum ávöxtum í bleyti í 1 bolla af cachaça
- 2/3 bolli púðursykur
- 7 matskeiðar af smjöri á flöskum
- 1 bolli af mjólk □ 1 þeytt egg
- 2 ¼ bolli af hveiti
- 1 skeið af lyftidufti
- 1 tsk af rifnum engifer

  1 tsk og malaður kanill

Undirbúningur

1. Setjið þurrkaða ávexti, smjör, sykur og mjólk á pönnu. Hitið við vægan hita þar til smjörið og sykurinn bráðna. Áskilið. Blandið saman hveiti, ger og kryddi í skál. Kýlið gat í miðjuna og bætið þurrkuðum ávaxtablöndunni út í. Setjið þeytta eggið. Blandið öllu vel saman með sílikonspaða.
2. Sett í smurt enskt kökuform og bakað í 180 gráðu heitum ofni í um það bil 50 mínútur.

23. Jólakaffibolla

Hráefni

- 1 bolli hveiti
- 1/2 bolli sykur
- 1 bolli kakóduft
- 1 tsk kemískt ger
- 1/2 tsk matarsódi
- 1 teskeið af Pimpinela skyndikaffi
- 2 teskeiðar af duftformi kanil
- 1/4 tsk negulduft
- 1/2 tsk af engiferdufti
- 1/2 teskeið af salti
- 1/2 bolli af mjólk
  1/4 bolli jurtaolía
- 1 stórt egg
- 1/2 tsk vanillukjarna 1 bolli af mjög heitu vatni.

Undirbúningur

1. Forhitið eldinn í 180 gráður. Settu bollakökuformin á pönnuna.
2. Setjið hveiti, sykur, kakó, matarsóda, efnager, negul, kanil, engifer og kaffi í skál. Blandið vel saman og setjið til hliðar. Setjið olíu, egg, mjólk og vanillu í hrærivél. Bætið við fráteknum þurrefnum og þeytið á meðalhraða þar til það er vel blandað. Bætið við heitu vatni og þeytið á miklum hraða í 1 mínútu í viðbót til að loftast. Skiptið deiginu jafnt í formin og bakið í 20 mínútur, eða þar til þú setur tannstöngli í og það kemur þurrt út.

24. Kassakaka með kaffi og kókos

Hráefni

- 3 bollar af hráu kassava (cassava) í matvinnsluvél
- 3 bollar af sykurtei
- 3 matskeiðar af smjöri
- $\frac{1}{4}$ bolli af Santa Clara kaffi síað
- $\frac{1}{4}$ bolli af mjólk
- 3 eggjahvítur
- 3 gimsteinar
- $\frac{1}{2}$ bolli rifinn parmesanostur
- 100 grömm af rifnum kókos
- 1 matskeið af lyftidufti
- 1 klípa af salti

Undirbúningur

1. Setjið maníokið í örgjörvann, setjið það í klút, kreistið það vel og fargið mjólkinni. Dreifið deiginu í mót og setjið til hliðar. Þeytið sykur og smjör í rafmagnshrærivél. Þegar það er orðið hvítleitt skaltu bæta við eggjarauðum, rifnum osti, kaffi og mjólk. Þeytið þar til allt hráefnið er vel blandað saman. Bætið kassavamassanum og kókosnum út í. Blandið saman með spaða. Að lokum, gerið og hvíturnar í snjó, blandað með spaða. Bakið á smurðri pönnu að eigin vali í forhituðum ofni við 180 gráður í um það bil 40 mínútur eða þar til yfirborðið er gullbrúnt.

25. Banani með súkkulaðikaffi

hráefni

- 2 msk sítrónusafi
- 1 msk sykur
- 1 klípa vanillukvoða
- 1 banani
- 2 msk súkkulaðisíróp
- 400 ml heitt kaffi nýlagað
- 150 ml mjólk
- kakóduft til að strá Undirbúningsskref

1. Hitið sítrónusafann að suðu ásamt sykri, vanillu og 100 ml af vatni í potti. Afhýðið og skerið bananann í teninga. Hellið í pottinn, látið malla í 1-2 mínútur og takið af hellunni. Látið kólna aðeins og fyllið síðan í 4 glös.
2. Blandið sírópinu saman við kaffið og hellið varlega yfir bananana nema 2 msk. Hitið restina af kaffinu með mjólkinni og blandið þar til það er froðukennt. Hellið yfir kaffið og berið fram smá kakói yfir.

26. Kaffi Brownie Uppskrift

Hráefni

- $\frac{3}{4}$ bolli duftsúkkulaði
- 1 $\frac{1}{2}$ bolli af sykri
- 1 teskeið af salti
- 1 $\frac{1}{2}$ bolli af hveiti
- $\frac{1}{4}$ bolli af álagðu Pimpernel kaffi
- 1 teskeið af Pimpinella skyndikaffi
- 1 bolli af súkkulaðibitum
- 4 þeytt egg
- 1 matskeið af vanillu
- $\frac{1}{2}$ bolli af jurtaolíu
- saxaðar hnetur
- söxuð jarðarber í glasi

undirbúningur

1. Hitið ofninn í 160 gráður
2. Blandið öllum þurrefnum vel saman í stórri skál.
3. Bætið fljótandi hráefni og þeyttum eggjum og súkkulaðibitum saman við.
4. Smyrjið stórt kökuform (20x20cm) með bökunarpappír.
5. Eldið við 160 gráður í 30 mínútur eða þar til miðlungs er stillt
6. Kælið áður en það er borið fram.

27. Karamellubökuð fíkjukaka með kaffi

hráefni

- 60 g heill reyrsykur
- 3 msk kornsykur (til að strá fíkjunum yfir)
- 10 lífrænar fíkjur (ferskar)
- 4 egg úr lausagöngu (eggjarauður og hvítur aðskildar)
- 2 msk instant grain kaffi
- 90 g heilhveiti
- 1 tsk matarsódi undirbúningur

1. Fyrir karamellubökuðu fíkjukökuna með kaffi, þvoið fíkjurnar, skera þær í tvennt eftir endilöngu, stráið kornsykri yfir og raðið ávöxtunum flatt niður neðst á pönnunni.
2. Í skál, þeytið eggjarauður með öllum reyrsykrinum þar til froðukennt. Blandið hveitinu sérstaklega saman við kaffið og matarsódan og blandið öllu smám saman saman við eggjablönduna.
3. Þeytið að lokum eggjahvíturnar í snjó og blandið saman við deigið. Blandið nokkrum matskeiðum af snjó saman við til að losa um blönduna og notaðu síðan gúmmíspaða til að brjóta afganginn af snjónum inn í deigið með hringlaga hreyfingum.
4. Hellið blöndunni yfir fíkjurnar á pönnunni og bakið í 25 til 30 mínútur. Kakan er tilbúin þegar ekkert deig er lengur fast á tannstöngli sem hefur verið stungið í hana þegar hún er dregin út.
5. Takið tilbúna karamellubökuðu fíkjuköku með kaffi út úr ofninum og snúið henni strax við (annars festist karamellan á pönnunni!). Safaríkur eftirréttur.

28. Mokka Muffins

hráefni

- 3 stk egg
- 180 ml af jurtaolíu
- 120 ml sterkt kaffi (kælt)
- 1 tsk vanillukvoða
- 240 ml súrmjólk
- 210 g hveiti
- 170 g heilhveiti
- 25 g kakóduft
- 210 g púðursykur
- 1/2 tsk lyftiduft
- 1 tsk matarsódi
- 1/2 tsk salt
- 100 g hval- eða pekanhnetur (saxaðar)
- 170 g súkkulaðiflögur undirbúningur

1. Fyrir mokkamuffins, hitið ofninn í 190 gráður og setjið pappírsformin í muffinsbakkann.
2. Blandið saman eggjum, súrmjólk, olíu, kaffi og vanillumassa í skál.
3. Blandið saman hveiti, kakói, sykri, lyftidufti, matarsóda og salti í annarri skál. Bætið síðan hnetunum og súkkulaðibitunum saman við.
4. Notaðu spaða og blandaðu raka hráefninu varlega saman við hveitiblönduna.
5. Hellið deiginu í pappírsformin og bakið mokkamuffins í um 20-25 mínútur. Látið muffins kólna áður en þær eru borðaðar.

29. Einföld kaffiterta

hráefni

- 150 g smjör (brætt)
- 200 g af sykri
- 1 egg
- 250 ml kaffi (svart)
- 400 g hveiti (slétt)
- 1 pakki af lyftidufti
- 1 pakki af vanillusykri
- smá sítrónuberki (eftir smekk) undirbúningur

1. Hrærið heita smjörið, sykurinn og eggið í stóra skál þar til það er froðukennt. Hrærið svo hveitinu í bland við lyftiduft, vanillusykur, sítrónuberki og kaffi.
2. Hellið deiginu í smurt form eða bökunarpappírsklædda pönnu (kassa, bökunarköku eða kökuform, eða bökunarplötu, eins og þú vilt).
3. Bakið við ca. 175°C (loftofn) í að minnsta kosti 45 mínútur, athugaðu síðan og bakaðu í 10 mínútur í viðbót ef þarf.

30. Tiramisu bollakaka

hráefni

- 1 bolli (s) af líkjör (eða sykrað kaffi / mjólk, til að liggja í bleyti)

Fyrir tartletturnar:

- 200 g hveiti
- 1 tsk lyftiduft
- 1/2 tsk salt
- 2 egg
- 60 ml kaffi (svart)
- 1 flaska(r) af rommbragði (u.þ.b. 2 ml)
- 100 g af sykri

Fyrir mascarpone kremið:

- 2 egg (aðskilin)
- 5 msk sykur
- 1 pakki af vanillusykri
- 300 g mascarpone undirbúningur

1. Fyrir tartletturnar, hitið ofninn í 180°C og fyllið muffinsform með pappírsformum.
2. Skiljið eggin að og blandið eggjarauðunum vel saman við kaffið, rommbragðið og 50 g sykur. Stífþeytið eggjahvíturnar og blandið saman við afganginn af sykrinum.
3. Blandið hveiti, lyftidufti og salti vel saman í skál. Hrærið þessu hveiti, salti og lyftiduftblöndu hægt út í eggjarauðuna og kaffiblönduna. Hrærið eggjahvítunum saman við.
4. Hellið deiginu í formin og bakið í um 20-25 mínútur.
5. Fyrir rjómann, blandið eggjarauðunum saman við sykurinn og þeytið þar til froðukennt. Þeytið eggjahvíturnar í snjó. Hrærið mascarpone út í eggjablönduna og blandið eggjahvítunum saman við. Settu það í ísskáp í um það bil 1 klst!
6. Takið bollurnar úr ofninum, leggið þær í bleyti í líkjörnum (eða sætu kaffinu) og látið þær kólna á vírgrind.
7. Takið kremið úr ísskápnum og skreytið kældar bollakökur með því.

31. Hnetubollur

Hráefni fyrir kexið:

- 2 bollar af sigtuðu hveiti
- 1 matskeið af lyftidufti
- ½ bolli af ósaltuðum ristuðum hnetum
- ½ bolli af sykri
- 5 matskeiðar af smjöri
- 1 hrært egg
- ½ bolli af extra sterku kaffi 3 hjörtu
- ¼ bolli af mjólk

Fyrir umfjöllun:

- ¼ bolli sigtað hveiti
- 1 matskeið af smjöri
- ¼ bolli af ósaltuðum ristuðum hnetum
- 1 teskeið af leysanlegu kaffi 3 hjörtu
- 1 ½ matskeið af púðursykri

Undirbúningur

1. Blandið saman hveiti, ger, hnetum og sykri í skál. Bætið smjörinu út í og láttu það blanda saman þurrefnunum með gaffli.
2. Þeytið eggið í annað ílát og bætið mjólkinni og kaffinu út í. Bætið þessari blöndu varlega út í þurrefnin. Dreifið deiginu í form og undirbúið áleggið. Hrærið saman hveiti og smjöri þar til það verður kornótt. Bætið hnetunum, kaffinu og sykri út í og blandið varlega saman með sleif. Stráið þessu áleggi yfir dumplings. Bakið í forhituðum ofni við 200 gráður í 20 til 25 mínútur.

32. Irish Coffee Muffins

hráefni

- 1 teskeið af kaffi
- 400 g súrmjólk
- 130 g hveiti (slétt)
- 130 g hveiti (hentugt)
- 1 pakki af lyftidufti
- 1 klípa af matarsóda
- 80 g valhnetur (saxaðar)
- 130 g sykur (brúnn)
- 1 egg
- 70 ml af jurtaolíu
- 40 ml af viskíi
- 12 pappírsbökunarform

1. Leysið kaffið upp í súrmjólkinni.
2. Í annarri skál blandið saman hveiti, lyftidufti, matarsóda og söxuðum hnetum.
3. Bætið svo þeyttu egginu, sykrinum, olíunni og viskíinu út í súrmjólkurblönduna.
4. Bætið síðan hveitiblöndunni út í.
5. Setjið pappírsbökunarformin í muffinsplötuna og fyllið með deigi (einnig má setja valhnetuhelming á deigið).
6. Settu muffinsin inn í forhitaðan ofn (160°C, blástursofn) í um 20 mínútur.

33. Bananakaka með kaffi

Hráefni

- 4 stórir, mjög þroskaðir dvergbananar
- 1 bolli (te) af brauðrasp
- 1 bolli (te) af sykri
- 4 egg
- 3/4 bolli af sólblóma- eða maísolíu
- 100 g af saxuðum brasilískum hnetum
- 1 matskeið af 3 sælkera kaffi
- 1 skeið (eftirréttur) af efnageri

Undirbúningur

1. Þeytið banana með eggjum og olíu í blandara. Bætið hveiti, sykri og kaffi saman við og þeytið stöðugt.
2. Bætið kastaníuhnetunni og gerinu saman við og blandið varlega saman við. Bakið í smurðu móti í ofni við 180°C í um það bil 40 mínútur.

34. Ískaka með Supreme Coffee Espresso Tres

Hráefni

- 1 bolli (kaffi) af sterku brugguðu kaffi
- Colomba sneiðar ($\frac{1}{2}$ colomba)
- ís eins og nóg
- 1 hylki af TRES Supreme Espresso kaffi (eða uppáhaldið þitt)
- 150 grömm af hálfsætu súkkulaði til að bræða
- 2 matskeiðar af sýrðum rjóma

Aðferð við undirbúning

1. Klæðið kökuform með plastfilmu. Settu lag af ís.
2. Bætið við Colomba sneiðunum. Þeytið síaða kaffið yfir. Bætið ísnum út í, síðan Colomba, vökvið í röð með kaffinu þar til pönnuna er enda. Sett í frysti í 1 klst.
3. Búðu til ganache með því að bæta bræddu súkkulaði, espressó og rjóma út í. Hyljið kökuna með ganache áður en hún er borin fram.

35. Svampkaka

hráefni

- 1/2 l mjólk
- 15 g vanillubúðingduft
- 1 eggjarauða
- 5 daga sykur
- 12 daga Rama
- 12 dag Koketta
- 2 pk. Ladyfingers
- Kaffi (kalt blandað með dash af rommi) undirbúningur

1. Fyrir svampkökuna skaltu koma mjólk, vanillubúðingdufti, eggjarauðu og sykri að suðu og hræra stöðugt í.
2. Setjið Rama og Koketta í blöndunarglasið og bætið soðnu og enn heitu blöndunni strax í blöndunarglasið. Blandið á hæsta stigi í 2 mínútur. Látið nú blönduna hvíla í kæliskápnum í 12 klst.
3. Þeytið rjómann með handþeytara.
4. Dýfið svampfingrum í kaffi-rommblöndu og leggið til skiptis með þeyttum rjómanum í kökuforminu.
5. Skreyttu kökuna með þeyttum rjóma og jarðarberjum að vild.

36. Instant Coffee Muffin

Hráefni

- 4 eggjarauður
- 4 eggjahvítur
- 3 ½ matskeiðar af sykri
- 2 ½ matskeiðar af maíssterkju
- 1 skeið (eftirréttur) af leysanlegu kaffi 3 Hjörtu Hefðbundin
- 4 matskeiðar af rifnum kókos
- 4 matskeiðar af kornuðu súkkulaði

Aðferð við undirbúning

1. Þeytið eggjarauður með sykri þar til þær eru hvítar.
2. Bætið maíssterkju, skyndikaffi, súkkulaði og kókos út í smám saman.
3. Takið úr hrærivélinni og setjið eggjahvíturnar varlega í.
4. Bakið í smurðum einstökum ramekinum í 30 mínútur við 180°C. Eftir steikingu, stráið sykruðum sykri yfir.

37. Kaffikaka með mjólk

Hráefni

- 1 hylki af TRES kaffi með mjólk
- 3 egg
- 4 mjög þroskaðir bananar
- 2 bollar af höfrum
- 1 glas af saxaðri apríkósu
- 1/2 bolli saxaðar valhnetur
- 1/2 bolli af rúsínum
- 1/2 bolli söxuð svört plóma
- 1 matskeið af geri

Hráefni

1. Blandið höfrum, valhnetum, apríkósum, rúsínum og plómum saman í skál.
2. Þeytið egg með bönunum í blandara. Bætið kaffinu saman við mjólk.
3. Setjið gerið með þurrefnunum í skálina og blandið vel saman.
4. Bætið þeyttum bönunum saman við eggin, blandið vel saman og setjið allt í smurt enskt kökuform til að baka í forhituðum ofni (180°C) þar til það er gullið. Ef þú vilt skaltu strá flórsykri eða kanil yfir.

38. Kúrbítskaka með espressókaffi

Hráefni

- 320 g af sykri
- 300 g af hveiti
- 100 g af möndlumjöli
- ½ teskeið af matarsóda
- 1 ½ matskeið af duftgeri
- 500 g af rifnum kúrbít
- 3 egg
- ½ matskeið af vanilluþykkni
- 2 teskeiðar af duftformi kanil
- ½ teskeið af múskat
- 1 tsk af rifnum engifer

½ teskeið af salti

200 ml af canola eða maísolíu

- 50 ml af Espresso Ameno TRES
- 150 g af flórsykri
- 150 g af venjulegum sykri

Undirbúningur

1. Bætið olíu, sykri, eggjum og vanillu saman við í hrærivél. Þeytið á miklum hraða þar til blandan er orðin hvítleit (u.þ.b. 10 mínútur).
2. Á meðan skaltu blanda saman hveiti, kanil, múskati, engifer, salti og matarsóda í skál. Blandið vel saman. Bætið innihaldinu í hrærivélina. Þeytið í 15 mínútur, eða þar til slétt.
3. Bætið kúrbítnum og gerinu fyrir utan hrærivélina, blandið vel en varlega saman við. Setjið allt á botn sem hægt er að taka af, smurt með smjöri og hveiti. Setjið til baka í ofni við 190°C í um það bil 50 mínútur.
4. Blandaðu sykrunum tveimur saman í skál og settu milda espressókaffið sem þegar er kalt. Blandið vel saman þar til það myndast frost.
5. Setjið á tilbúna köku á meðan hún er enn heit. Berið fram með skeið af þeyttum rjóma.

39. Hnetusmjör og kaffibrúnkaka

Hráefni

- 250 g af bræddu dökku súkkulaði
- 1 matskeið af Santa Clara skyndikaffi
- 1 matskeið af smjöri í smyrsl
- 3 egg
- 1 bolli af sykri
- $\frac{3}{4}$ bolli af vel sigtuðu hveiti
- 1 tsk af vanilluþykkni
- $\frac{1}{2}$ bolli af hnetusmjöri
- 1 matskeið af smjöri í smyrsl
- 2 matskeiðar af sykri

  1 þetta

  1 matskeið af hveiti

Undirbúningur

1. Blandið bræddu súkkulaði og skyndikaffi saman við smjörmaukið í skál. Bætið eggjum, sykri, vanilludropum saman við og blandið vel saman.
2. Setjið að lokum hveitið út í og blandið því vel saman. Áskilið.
3. Blandið hnetusmjörinu saman við smjör, egg, sykur og hveiti. Gakktu úr skugga um að það sé mjög slétt deig.
4. Setjið deigið með skeið í smurt mót og blandið súkkulaðinu saman við hneturnar.
5. Dragðu eina grindina að hinum með skeið eða gaffli fyrir marmaraáhrif. Bakið í forhituðum ofni (180°C) í 25 til 30 mínútur.

40. Heslihnetu espresso rjómaostakaka

hráefni

Fyrir hnetuskorpuna:

- 300 g heslihnetukjarnar
- 60 g smjör
- 100 g af sykri
- 1 msk fljótandi hunang Fyrir fyllinguna:
- 500 g ricotta (rjómalöguð)
- 200 g rjómaostur (tvöföld rjómastilling)
- 2 msk hveiti
- 2 egg (M)
- 125 g af sykri
- 1 pakki af vanillusykri

  1 tsk kanillduft

  60 ml espressó (kælt) undirbúningur

1. Fyrir hnetuskorpu heslihnetu espresso rjómaosta kökunnar, forhitið ofninn í 200 ° (varmhitun 180 °). Setjið heslihnetukjarnana á bökunarplötu og steikið í ofninum (í miðjunni) í 6-10 mínútur þar til hýðið klikkar og verður svart. Takið út, setjið á eldhúshandklæði og nuddið hýðið með því. Lækkið ofninn í 180° (varmhitun 160 °).
2. Klæðið botninn og brún formsins með smjörpappír. Látið heslihnetukjarnana kólna í um 30 mínútur.
3. Saxið 2 msk hnetur gróflega og setjið til hliðar.
4. Bræðið smjör, blandið saman við sykur og hunang og látið kólna aðeins. Fínt malið hneturnar sem eftir eru í hrærivélinni og hrærið saman við smjörblönduna. Hellið hnetublöndunni í mótið og dreifið um botninn og kantinn með skeið. Kældu síðan mótið með blöndunni.

5. Fyrir fyllinguna er ricotta og rjómaost blandað saman með handþeytara þar til slétt er.
   Hrærið hveitinu út í og hrærið síðan eggjunum smám saman út í þar til blandan er slétt. Hrærið sykri, vanillusykri, kanildufti og espressó saman við.
6. Dreifið fyllingunni á deigbotninn. Bakið í ofni (í miðju) í 35-40 mínútur. Kakan er tilbúin þegar hún „skjálfti" aðeins þegar þú snertir miðju formsins. Fjarlægðu kökuna og láttu hana kólna í nokkrar klukkustundir á grind.
7. Áður en hún er borin fram skaltu taka heslihnetu espresso rjómaosta kökuna úr forminu og strá yfir heslihnetunum sem settar voru til hliðar.

41. Súkkulaðispeltkaka

hráefni

Deig:

- 300 g speltmjöl
- 200 g möndlur (malaðar)
- 150 grömm af sykri
- 1/2 pakk af lyftidufti
- 4 stk egg
- 1 bolli (s) af kaffi (kalt)

Couverture:

- 180 g smjör
- 150 g dökkt súkkulaði
- 1 klípa af salti undirbúningi

1. Fyrir speltsúkkulaðikökuna, þurrblönduðu speltmjölið, malaðar möndlur, sykur og lyftiduft. Þeytið síðan eggin og köldu kaffibollann, blandið saman við afganginn af hráefninu og dreifið örlítið rennandi deiginu á ofnplötu. Bakið við 200°C í um 20 mínútur.
2. Látið speltsúkkulaðikökuna kólna og hyljið með dökku hlíf.
3. Stráið yfir fullt af ást.

42. Jógúrtkaka

ıráefni

- 4 stk egg
- 300-400 g hveiti
- 1 bolli af jógúrt
- 200-300 g flórsykur
- 100 - 200 g smjör (ef hægt er skorið í teninga)
- Sulta (til að dreifa)
- 1 klípa salt (ekkert sjávarsalt annars of salt)
- 1 pakki af lyftidufti
- 1 pakki af vanillusykri

1. Fyrir jógúrtkökuna, aðskiljið eggin og þeytið eggjahvíturnar í snjó (ekki gleyma klípu af salti). Bræðið smjörið.
2. Bætið bræddu smjöri, flórsykri, vanillusykri og lyftidufti út í eggjarauðurnar og blandið saman.
3. Blandið til skiptis þeyttu eggjahvítunum, hveitinu og jógúrtkrukkunni lauslega og varlega saman við.
4. Penslið bökunarform að eigin vali með smjöri og hveiti örlítið (þá er auðvelt að fjarlægja kökuna eftir bakstur). Hellið deigblöndunni í formið og bakið við 200 - 220°C.
5. Eftir bakstur og kælingu, skerið jógúrtkökuna í tvennt og smyrjið með sultu.

43. Flower power poppy kaka

hráefni

Fyrir 25 cm kökuform:

- 6 egg
- 200 g grá fræ (rifin)
- 100 g möndlur (rifnar)
- 50 g súkkulaði (rifin)
- 80 g rörsykur
- 250 g smjör (mjúkt)
- 1 msk vanillusykur
- 1 stk. Appelsína (aðeins hýðið)
- 1/2 sítróna (aðeins hýði)
- 1 klípa af Sonnentor töfrasalti (fínt)
- Sólberjaávaxtaálegg (eða álíka)

Gljáður:

- 250 g flórsykur
- 2 msk vatn
- 2 msk sítrónusafi
- Flower power kryddblómablanda

undirbúningur

1. Fyrir Flower Power poppy kökuna, aðskiljið eggin í eggjarauður og hreinsið, blandið valmúafræjum saman við möndlur og súkkulaði.
2. Blandið smjörinu saman við flórsykur, klípu af salti, vanillusykri, appelsínu og sítrónuberki þar til það er froðukennt. Blandið eggjarauðunum smám saman út í og hrærið vel þar til froðukennt er.
3. Þeytið eggjahvítuna með hrásykri á rjómaða snjóinn og blandið saman við smjörblönduna til skiptis ásamt valmúafræjum, möndlu- og súkkulaðiblöndunni.
4. Hellið blöndunni í smurt, hveitistráð springform, bakið við 160°C í ca. 50 mínútur, takið úr forminu eftir kælingu og snúið út á disk.
5. Maukið ávaxtaáleggið, þrýstið því í gegnum sigti, hitið það upp og dreifið þunnt ofan á og allt í kringum kökuna.
6. Fyrir gljáa, blandaðu innihaldsefnunum saman í sléttan, þykkan massa. Blandið flower power kryddblómunum út í og gljáið kökuna.

44. kirsuberjakaka

hráefni

Fyrir deigið:

- 200 g smjör
- 200 g flórsykur
- 200 g hveiti
- 40 g maíssterkju
- 5 egg
- 1 pakki af vanillusykri

Fyrir málmplötuna:

- 400 g kirsuber

undirbúningur

1. Þvoið, skolið af og kjarnhreinsið kirsuberin.
2. Hitið ofninn í 180°C heitt loft. Klæðið bakkann með bökunarpappír.
3. Skiljið eggin að og þeytið eggjahvítur í snjó. Til að gera þetta, þeytið eggjahvítuna þar til hún verður hvít og blandið síðan helmingi sykurs út í.
4. Blandið smjörinu, afganginum af sykri, eggjarauðu og vanillusykri saman þar til það er froðukennt.
5. Sigtið hveiti og maíssterkju saman þannig að engin göt verði á kirsuberjakökuna.
6. Blandið eggja-sykri-snjónum til skiptis við hveitiblönduna út í eggjarauðumassann.
7. Dreifið deiginu á bökunarpappírinn og hyljið með kirsuberjunum.
8. Bakið kirsuberjakökuna í um 15-20 mínútur, látið kólna, bætið sykri út í ef vill og skerið í bita af hvaða stærð sem er.

45. Súkkulaði appelsínukaka með stevíu

hráefni

- 4 stykki. eiganda
- 30 g agavesafi
- 20 g sýrður rjómi
- 4 teskeiðar af stevia kyrni
- 1 1/2 tsk af kanilldufti
- 1 tsk bourbon vanilluduft
- 1 klípa af neguldufti
- 2 msk romm
- 1 stk. Appelsína (safi og börkur)
- 90 g kókosmjólk
- 3 msk mjólk (eða sojamjólk)
- 90 g heilhveiti spelt
- 35 g möndlur (malaðar)
- 2 msk kakó
- 10 g heilkorna mola (brauðrasp)
- 1 pakki af vínsteinslyftardufti

1. Fyrir súkkulaði- og appelsínukökuna skaltu skilja eggin að og setja eggjahvítuna til hliðar.
2. Blandið saman eggjarauðu (eggjarauðu), agavesírópi, rjóma, steviu, kanil, vanillu, negul, rommi og appelsínuberki þar til slétt er.
3. Blandið kókosmjólk, mjólk og appelsínusafa saman í skál og bætið við.
4. Þegar þetta er gert skaltu stilla blandarann á lágt stigi, þar sem massinn er mjög fljótandi.
5. Blandið hveiti, möndlum, kakói, brauðraspi (brauðraspi) og lyftidufti saman við.
6. Blandið saman við massann.
7. Blandið þeyttu eggjahvítunum saman við, fyllið í formið og bakið í 180°C heitum ofni í 40 til 45 mínútur.

46. Graskerfrækaka með rommkremi

hráefni

Fyrir graskersfræ kökuna:

- 8 stk. Eggjarauður
- 200 g kornsykur
- 8 g brauðrasp
- 200 g graskersfræ (mulin)
- 1 pakki af vanillusykri
- 2 msk romm
- 8 stykki af eggjahvítu
- Smjör og hveiti (fyrir pönnuna)

Fyrir rommkremið:

- 200 ml þeyttur rjómi
- 4 cl eggjalíkjör
- 1 skot af rommi
- 1 tsk vanillusykur undirbúningur

1. Fyrir graskersfrækökuna, þeytið eggjarauðuna með 1/3 af strásykrinum, smá salti og vanillusykrinum þar til hún er mjög froðukennd.
2. Blandið saman fínmöluðum Styrian graskersfræjum, hveiti, rommi og brauðraspi og hveiti til skiptis með eggjahvítu sem er þeytt með sykri sem eftir er þar til hún er stíf.
3. Klæðið botninn á meðalstóru kökuformi með bökunarpappír, smyrjið kantinn og stráið hveiti yfir.
4. Hellið kökublöndunni út í og bakið við 170°C í um 40 mínútur þar til hún er ljósbrún.
5. Fyrir rommkremið þeytið þeytta rjómann þar til hann er hálfstífur, blandið eggjalíkjörnum, romminu og 1 tsk vanillusykri létt saman og hellið skeið yfir kökubitana.

47. Kaffi-heslihnetu-súkkulaðimuffins

ıráefni

- 280 g Mehl
- 210 g sykur
- 3 egg
- 2 pakkar af vanillusykri
- 150 g smjör (brætt)
- 50 ml Milch
- 150 ml kaffi (kalt)
- 1 vanillustöng (kvoða af honum)
- 4 msk heslihnetur (rifnar)
- 2 msk mjólkursúkkulaði (rifin) undirbúningur

1. Fyrir kaffi-, heslihnetu- og súkkulaðimuffins, hitið ofninn í 150 gráður. Smyrjið muffinsformið með smjöri og stráið hveiti yfir. Eða fóðraðu með litlum muffinspappírshylkjum.
2. Blandið sykrinum, vanillusykrinum, deigi úr vanillustöng og 4 eggjunum saman þar til froðukennt. Blandið hveiti, lyftidufti, hnetum og súkkulaði saman við.
3. Bræðið og hrærið smjörinu saman við. Hrærið mjólkinni og kaffinu saman við. Hrærið að lokum eggja- og sykurblöndunni út í.
4. Kaffi-heslihnetusúkkulaðimuffins í ofni bakast í 25-30 mínútur við 180 gráður.

48. Fljótleg hnetu kaffi kaka

hráefni

- 4 egg
- 1 klípa af salti
- 100 g valhnetur (fínt rifnar)
- 1 pakki af ís kaffidufti (20 g)
- 2 msk flórsykur
- 1 skot af kirsuberjarommi
- 1 bolli af þeyttum rjóma undirbúningi

1. Fyrir fljótlega hnetukaffi köku, aðskilja eggin fyrst. Þeytið eggjahvíturnar með ögn
af salti þar til það er stíft. Þeytið eggjarauður og flórsykur þar til froðukennt.
2. Blandið ís kaffiduftinu, rifnum hnetum og kirsuberjarommi út í eggjarauðublönduna. Blandið eggjahvítunum saman við og dreifið blöndunni í smurt og hveitistráð lítið springform (20 cm í þvermál).
3. Berið fram með þeyttum rjóma og grófrifum valhnetum. Bakið við ca. 170°C.

49. Hnetukaka

hráefni

- 200 g smjör
- 250 grömm af sykri
- 1 pakki af vanillusykri
- 5 eggjarauður
- 1 klípa af kanil
- 180 g heslihnetur (rifnar eða valhnetur)
- 120 g hveiti (handhægt)
- 3 teskeiðar af lyftidufti
- 5 stykki af eggjahvítu
- 100 g súkkulaði (fínt saxað) undirbúningur

1. Fyrir hnetukökuna, hrærið smjörið þar til það freyðir og bætið sykri, vanillusykri, eggjarauðu, kanil, hnetum og hveiti blandað með lyftidufti smám saman út í.
2. Þeytið eggjahvíturnar í stífan snjó. Lyftið söxuðu súkkulaðinu undir snjóinn og blandið þessum massa saman við deigið. Setjið blönduna í vel smurt, mulið form.
3. Bakið með heitu lofti við 180°C í um 45 mínútur. Látið standa í slökktum ofni í 5 mínútur áður en það er fjarlægt.
4. Látið kólna og sykurhúðað.

50. Nutella ostabotnkaka

ıráefni

- 5 egg
- 300 g hveiti
- 100 g af sykri
- 250 g ostur
- 200 g smjör (mjúkt)
- 200 g Nutella
- 100 g súkkulaði (til að bræða)
- 1 msk Nutella (til að bræða)
- 200 g súkkulaði

ındirbúningur

1. Smyrjið pönnu og stráið sykri yfir.
2. Skiljið eggin að, þeytið eggjarauður með sykrinum þar til þær eru froðukenndar, þeytið eggjahvíturnar í stífan snjó.
3. Bræðið Nutella með smjöri og súkkulaði og hrærið saman við eggjarauðu og sykurmassa ásamt osti og sigtuðu hveiti, blandið eggjahvítunum saman við, fyllið í Gugelhupf pönnuna og bakið við 160°C í um 45 mínútur.
4. Látið Gugelhupf hvíla í 5 mínútur áður en honum er snúið við.
5. Á meðan Gugelhupf er að hvíla, bræðið afganginn af súkkulaðinu og Nutella.
6. Skreytið volgan Nutella ostinn Gugelhupf með fljótandi súkkulaðinu og berið helst fram á meðan hann er volgur.

Grænmetisæta

51. Kaffi og bananahristi

Hráefni

- 400 ml kaffi (heitt, sterkt)
- 2 msk sykur
- 2 bananar (stórir bitar)
- 1/2 vanillustöng (kvoða)
- 2 msk möndlukjarnar (fínmalaðir)
- 2 tsk hlynsíróp
- 6 ísmolar
- Kókosflögur (fyrir skreytið) Undirbúningur

1. Fyrir kaffi-bananahristinginn skaltu fyrst blanda kaffinu saman við sykurinn þar til hann hefur leyst upp. Kældu í ísskáp í að minnsta kosti 30 mínútur.
2. Maukið kaffi, banana, vanillu, möndlukjarna og síróp í handþeytara. Bætið ísmolum út í og blandið þar til þeir eru grófsaxaðir.
3. Fylltu kaffi-bananahristinginn í tvö langdrykkjuglös og skreyttu með kókosflögum.

52. Karamellubökuð fíkjukaka með kaffi

Hráefni

- 60 g heill reyrsykur
- 3 msk kornsykur (til að strá fíkjunum yfir)
- 10 lífrænar fíkjur (ferskar)
- 4 egg úr lausagöngu (eggjarauður og hvítur aðskildar)
- 2 msk instant grain kaffi
- 90 g heilhveiti
- 1 tsk matarsódi

Undirbúningur

1. Fyrir karamellubökuðu fíkjukökuna með kaffi, þvoið fíkjurnar, skera þær í tvennt eftir endilöngu, stráið kornsykri yfir og raðið ávöxtunum flatt niður neðst á pönnunni.
2. Í skál, þeytið eggjarauður með öllum reyrsykrinum þar til froðukennt. Blandið hveitinu sérstaklega saman við kaffið og matarsódan og blandið öllu smám saman saman við eggjablönduna.
3. Þeytið að lokum eggjahvíturnar í snjó og blandið saman við deigið. Blandið nokkrum matskeiðum af snjó saman við til að losa um blönduna og notaðu síðan gúmmíspaða til að brjóta afganginn af snjónum inn í deigið með hringlaga hreyfingum.
4. Hellið blöndunni yfir fíkjurnar á pönnunni og bakið í 25 til 30 mínútur. Kakan er tilbúin þegar ekkert deig er lengur fast á tannstöngli sem hefur verið stungið í hana þegar hún er dregin út.
5. Taktu tilbúna karamellubökuðu fíkjuköku með kaffi úr ofninum og snúðu henni strax við (annars festist karamellan við pönnuna!). Safaríkur eftirréttur.

53. Avókadó með kaffiþykkni

Hráefni

- 2 stykki af avókadó
- 2 msk Farin sykur
- 1 skot af koníaki
- Kaffiþykkni
- Múskat (rifinn)

Undirbúningur

1. Fyrir avókadóið með kaffiþykkni skaltu afhýða avókadóið og nota hrærivél til að búa til kvoða, sykur og koníak.
2. Skiptið þessu í 4 skálar, hellið ögn af kaffiþykkni yfir og stráið múskatinu yfir.

54. Cantuccini búðingur með kaffisósu

Hráefni

- 100 g cantuccini
- 50 g amaretto
- 85 g smjör (mjúkt)
- 35 g af sykri
- 3 egg (e)
- 35 g af sykri
- 1 tsk smjör (mjúkt)
- 2 msk sykur
- Fyrir sósuna:
- 250 ml þeyttur rjómi
- 50 grömm af sykri
- 2 msk instant kaffiduft
- 1 stk eggjarauða

Undirbúningur

1. Fyrir cantuccini-búðinginn með kaffisósu, saxið cantuccini og amaretti mjög smátt í skerinu. Blandið smjörinu saman við sykurinn þar til það er froðukennt. Skiljið eggin að, hrærið eggjarauðunum með söxuðum cantuccini amaretti út í froðublönduna og þeytið eggjahvítuna þar til þær eru stífar. Stráið 35 g af sykri út í, þeytið áfram þar til blandan skín fallega og blandið saman við froðublönduna.
2. Smyrjið formin og stráið sykri yfir, hellið blöndunni út í, setjið formin í djúpu bakkann, fyllið bakkann upp í um 3/4 hæð með heitu vatni og setjið búðinginn í ofninn. Látið suðuna koma upp þeyttum rjómanum og sykrinum, látið standa á lágum eldi í 15 mínútur, síið.
3. Þeytið kaffiduftið og eggjarauðuna, hrærið út í heita þeytta rjómann, hitið að suðumarki aftur, en sjóðið ekki lengur, látið kólna. Til að bera fram, snúið búðingnum á disk og hellið kaffisósunni yfir, stráið cantuccini búðingnum yfir kaffisósu með flórsykri ef vill og skreytið með kaffibaunum og rjómahjörtum.

55. Eggjahvítukrem með kaffi

Hráefni

- 30 g eggjahvíta (gerilsneydd, samsvarar 1 eggjahvítu)
- 200 g flórsykur (fínt sigtaður, aðeins meira ef þarf)
- 30 ml romm
- 1 tsk kaffiduft (leyst upp í 10 ml vatni)

Undirbúningur

1. Setjið eggjahvítuna með sykrinum í ílát og þeytið þar til blandan er orðin stíf og froðukennd.
2. Blandið uppleystu kaffiduftinu og rommi saman við.
3. Hitið eggjahvítuglasúrinn aðeins upp áður en hann er settur á. Leysið hugsanlega upp önnur 10 g kókosolíu í því.

56. Dalgona kaffi

Hráefni

- 8 teskeiðar af skyndikaffi
- 8 teskeiðar af sykri
- 8 tsk vatn (heitt)
- 100 ml mjólk
- Kakóduft

Undirbúningur

1. Í skál skaltu hræra saman instantkaffi, sykri og heitu vatni með þeytara.
2. Þeytið í 3 til 4 mínútur þar til rjómalögun er náð.
3. Setjið muldu ísmola í glas, hellið mjólkinni yfir þá.
4. Hellið rjómalaga kaffimassanum út í mjólkina, fínpússið með smá kakódufti á hausinn.
5. Hrærið einu sinni og njótið.

57. Bananakaffi

Hráefni

- 2 bananar (þroskaðir)
- 1 skvett af sítrónusafa
- 2 tsk hlynsíróp
- 1/2 tsk kanill
- 4 espressó (tvöfaldur)

Undirbúningur

1. Fyrir bananakaffið skaltu fyrst afhýða og stappa bananana. Blandið saman við sítrónusafa, hlynsíróp og kanil. Skiptið banönunum á milli 4 lítilla, hitaþolin glös.
2. Undirbúið espressíið og bætið tvöföldum espressó út í hverja bananablönduna (ef nauðsyn krefur, sætið fyrirfram eftir smekk).
3. Berið fram bananakaffið stráð yfir klípu af kanil.

58. Sál hlýrra kaffi

Hráefni

- 500 ml kaffi (heitt, sterkt)
- 1 stjörnu anís
- 5 kardimommubælgar (grænar)
- 75 g reyrsykur (brúnn)
- 80 ml romm
- Þeyttur rjómi (tæmdur)

Undirbúningur

1. Fyrir sálarheita kaffið, kreistu fyrst kardimommubungurnar í mortéli þannig að fræin aðskiljist. Þetta er líka hægt að gera handvirkt með því einfaldlega að opna hylkin og draga út fræin. Notaðu líka skálar, þær innihalda mikinn ilm.
2. Bætið stjörnuanísnum og kardimommunni út í nýlagað kaffið og látið malla í 20 mínútur. Álag.
3. Sætið með sykrinum og hrærið þar til það hefur leyst upp.
4. Látið síðan suðuna koma upp aftur, takið af hellunni og bætið romminu út í.
5. Berið sálarheitt kaffi fram með hettu.

59. Kaffi og valmúafræís með marineruð kirsuber

Hráefni

- 1 stk. Kaffiís
- 1 stykki valmúafræís Fyrir kirsuberin:
- 200 g kirsuber (hreinsuð)
- 100 ml Zweigelt
- 50 g balsamik edik
- 1 vanillustöng (grautur)
- 1 kanilstöng Til skrauts:
- 1 súkkulaðistykki(r).
- 100 ml þeyttur rjómi

Undirbúningur

1. Hitið rauðvín að suðu með sykri, vanillumassa, kanil og ediki. Setjið svo kirsuberin út í og látið sjóða aftur í stutta stund, takið af hellunni og látið kirsuberin kólna í vökvanum.
2. Rífið súkkulaðið í stórar ræmur með raspi, þeytið þeytta rjómann þar til það verður stíft.
3. Dreifið kirsuberjunum á eftirréttskálar, raðið ísnum ofan á og skreytið með rjóma og súkkulaði.

60. Vistula súkkulaði kaffiís með marineruð ber

Hráefni

- 1 stykki af sýrðum ís
- 1 stykki af súkkulaðiís
- 1 stk. Kaffiís
- 1 msk kasjúhnetur

Fyrir berin:

- 100 g ber (blandað, td bláber, brómber, rifsber, jarðarber, hindber)
- 4 msk öldurblómasíróp
- 1 tsk sítrónusafi
- 10 myntublöð

Undirbúningur

1. Kryddið berin með sírópinu, myntu og sítrónusafa skornum í fína strimla.
2. Saxið kasjúhneturnar gróft.
3. Raðið ísinn í skál og skreytið með berjum, söxuðum hnetum og ferskri myntu.

61. Vetrar kardimommur og kanil latte

Hráefni

- 1 dós(r) af kókosmjólk (að öðrum kosti vegan þeyttum rjóma)
- 6 kardimommur
- 2 stangir (s) kanill
- 160 ml kaffi
- 100 ml möndlumjólk (eða haframjólk)
- Kanill (malaður, til að stökkva á)

Undirbúningur

1. Fyrir vetrarkardimommu-kanil latte, setjið kókosmjólkina fyrst inn í kæli yfir nótt.
2. Daginn eftir er kókosmjólkin tekin úr kæliskápnum, hert kókoskremið tekið úr dósinni og varlega, án þess að blanda því saman við vökvann, hellt í kælda skál. Blandið með handþeytara þar til rjómakennt.
3. Setjið kardimommubungurnar og kanilstangirnar í stóra krús og hellið nýlagaða kaffinu yfir.
4. Hitið mjólkina á eldavélinni á lágu stigi.
5. Sigtið kardimommuhylkin og kanil úr, skiptið kaffinu á milli tveggja bolla og blandið svo heitu mjólkinni saman við.
6. Hellið 2 til 3 matskeiðum af kókosrjóma í hvern bolla og stráið vetrarkardimommum-kanil latte með kanil.

62. Kaffidraumur með Stevíu

Hráefni

- 120 g sojarjómi
- 250 g QuimiQ náttúrulegt (1 pakki, að öðrum kosti 180 g Rama Cremefine fyrir Ko)
- 1 msk hrísgrjónasíróp
- 2 teskeiðar af stevia kyrni
- 2 msk viskí (eða brandy eða romm)
- 1/4 tsk bourbon vanilluduft
- 1 bolli (s) lítill espresso (sættur með 1/2 tsk stevia kyrni)

Til að skreyta:

- Súkkulaði kaffibaunir

Undirbúningur

1. Fyrir kaffið dreyma soja þeyttum rjóma og kæla. Þeytið síðan QuimiQ, hrísgrjónasíróp, steviu, viskí og vanillu þar til það er froðukennt. Bætið síðan við kaffi og hrærið vel með blandara á lágu stigi.
2. Blandið saman við þeyttan sojaþeyttan rjóma, fyllið í mót og kælið í 1 til 2 klukkustundir.
3. Skreytið með ögn af sojaþeyttum rjóma og súkkulaðikaffibaun.
4. Stráið kaffidraumnum með kanil eftir smekk.

63. Páskaeggjakaffi cappuccino

Hráefni

- 1 súkkulaðiegg (tómt, stórt)
- 1 espressó (tvöfaldur)
- 125 ml af mjólk
- 1 skot af eggjalíkjör
- Súkkulaðistökk (valfrjálst)

Undirbúningur

1. Fyrir páskaeggjalíkjörinn cappuccino skaltu fyrst vefja egginu hálfa leið út úr álpappírnum. Losaðu hettuna varlega að ofan. Setjið eggið í viðeigandi krús (helst cappuccino bolla).
2. Undirbúið tvöfaldan espressó nýlega. Rétt fyrir framreiðslu skal freyða mjólkina í fasta mjólkurfroðu. Hellið nú fljótt fyrst espressóinu, svo smá mjólk með mjólkurfroðu og eggjalíkjörnum í súkkulaðieggið.
3. Skreytið páskaeggjalíkjörinn cappuccino með súkkulaðidrekstri að vild.

64. Kaffihorn

ıráefni

- 170 g smjör
- 80 g fínn kornsykur
- 1 eggjarauða (eða 1 eggjahvíta)
- 10 g vanillusykur
- 1 klípa af salti
- 250 g hveiti (slétt)
- Kaffismjörkrem (til fyllingar)
- Hugsanlega eitthvað fondant (til að skreyta)
- Apríkósu- eða rifsberjasulta (til að pensla)
- Mögulega súkkulaðigljáa

ındirbúningur

1. Vinnið allt hráefni hratt í deig, setjið aðeins í kæli í stutta stund ef þarf.
2. Fletjið deigið út í ca þykkt. 2 mm og skera út kex með viftuskera. Einnig er hægt að skera út hringi og skera þá í 4 fernt með hníf.
3. Settu viftulaga sneiðarnar sem myndast á tilbúna bökunarplötu og bakaðu við 165 ° C í um það bil 12-15 mínútur.
4. Þegar það er kalt skaltu setja saman 2 hólf með smjörkremi, klæða lokið með sultu, gljáa með fondant og, þegar það hefur kólnað, skreytið með spreygljáa.
5. Skreyta kannski með einhverjum súkkulaðikaffibaunum eða silfurperlum.

65. Kaffiís á priki

-Iráefni

- 480 ml kaffi (fer eftir stærð mótanna)
- smá sykur (ef þarf)

Jndirbúningur

1. Fyrir ísinn á priki, undirbúið fyrst kaffið eins og venjulega. Ef vill, sættið með sykri og passið að sykurinn leysist alveg upp. Látið kólna aðeins.
2. Hellið kaffinu í ísbolluform. Frystið í nokkrar klukkustundir.
3. Áður en ísinn er tekinn af stönginni skaltu halda mótunum stuttlega undir volgu vatni svo ísinn leysist auðveldara upp.

67. Cappuccino truffla

Hráefni

- 100 g dökkt súkkulaði
- 150 g mokka súkkulaði
- 60 ml kaffi (tyrkneskt kaffi)
- 65 ml þeyttur rjómi
- ½ msk smjör (mjúkt)
- 1 klípa af sykri (fínn kristal)

Undirbúningur

2. Fyrir cappuccino-trufflurnar skaltu brjóta súkkulaðið í litla bita og bræða það yfir gufu.
3. Blandið brædda súkkulaðinu saman við stofuhita smjörið, kaffið og þeytta rjómann.
4. Látið kólna aðeins.
5. Um leið og massinn hefur kólnað skaltu skilja litla bita frá honum og móta pralínukúlur. Ef þú vættir hendurnar á milli, þá er rúllun miklu auðveldari.
6. Ef þú vilt skaltu rúlla cappuccino-trufflunum upp úr sykri, kókossetti, söxuðum hnetum eða söxuðum pistasíuhnetum og setja í falleg pralínumót.

68. Einföld kaffiterta

Hráefni

- 150 g smjör (brætt)
- 200 g af sykri
- 1 egg
- 250 ml kaffi (svart)
- 400 g hveiti (slétt)
- 1 pakki af lyftidufti
- 1 pakki af vanillusykri
- smá sítrónubörkur (eftir smekk) Undirbúningur

1. Hrærið heita smjörið, sykurinn og eggið í stóra skál þar til það er froðukennt. Hrærið svo hveitinu í bland við lyftiduft, vanillusykur, sítrónuberki og kaffi.
2. Hellið deiginu í smurt form eða bökunarpappírsklædda pönnu (kassa, bökunarköku eða kökuform, eða bökunarplötu, eins og þú vilt).
3. Bakið við ca. 175°C (loftofn) í að minnsta kosti 45 mínútur, athugaðu síðan og bakaðu í 10 mínútur í viðbót ef þarf.

69. Ískaffi

Hráefni

- 1 l þeyttur rjómi
- 1 stk. Vanillustöng
- 200 g mokka kaffi (mikið brennt og rifið)
- 8 stk. Eggjarauður
- 400 g flórsykur
- Þeyttur rjómi (og holur prik til skrauts)

Undirbúningur

1. Fyrir ískaffið, sjóðið fyrst þeytta rjómann með vanillu og blandið honum saman við nýrifna mokkakaffið. Eftir að blandan hefur hvílt í 20 mínútur er eggjarauðunum hrært saman við flórsykrinum þar til froðukennt er og síðan blandað saman við síaða kaffi-rjómablönduna yfir lægsta loga.
2. Massinn sem myndast er mjög kældur og eftir að hann hefur frosið, berið ískalt kaffið fram í háum glösum með þeyttum toppi og holum prikum.

70. Banani með súkkulaðikaffi

hráefni

- 2 msk sítrónusafi
- 1 msk sykur
- 1 klípa vanillukvoða
- 1 banani
- 2 msk súkkulaðisíróp
- 400 ml heitt kaffi nýlagað
- 150 ml mjólk
- kakóduft til að strá Undirbúningsskref

1. Hitið sítrónusafann að suðu ásamt sykri, vanillu og 100 ml af vatni í potti. Afhýðið og skerið bananann í teninga. Hellið í pottinn, látið malla í 1-2 mínútur og takið af hellunni. Látið kólna aðeins og fyllið síðan í 4 glös.
2. Blandið sírópinu saman við kaffið og hellið varlega yfir bananana nema 2 msk. Hitið restina af kaffinu með mjólkinni og blandið þar til það er froðukennt. Hellið yfir kaffið og berið fram smá kakói yfir.

71. Írskt kaffi

Hráefni

- 100 ml írskt viskí
- 4 bollar heitt kaffi
- 3 msk púðursykur
- 100 g þeyttur rjómi
- hrásykur til skreytingagerðar

1. Hitið kaffið, viskíið og sykurinn vel á meðan hrært er og leysið sykurinn upp og hellið því næst í forhitaða glerbolla.
2. Þeytið rjómann létt og berið fram sem hettu á kaffið, stráið smá púðursykri yfir.

72. Kaffi- og hnetusettur

Hráefni

- 150 g hveiti
- 50 g kakóduft (lítið olíulaust)
- 50 g heslihnetur (malaðar)
- 1 tsk lyftiduft
- salt
- 2 egg (stærð M)
- 150 grömm af sykri
- 2 teskeiðar af kaffi (leysanlegt, ca. 10 g)
- 6 msk repjubjór
- Púðursykur (til að rykhreinsa)

Undirbúningur

1. Fyrir kaffi- og hnetubitana skaltu fyrst hita ofninn í 180°C. Klæðið tvær bökunarplötur með bökunarpappír. Blandið hveiti, kakódufti, möluðum heslihnetum, lyftidufti og smá salti saman í skál.
2. Þeytið egg, sykur, instant kaffi og repjuolíu í stórri skál með þeytaranum þar til það er froðukennt. Bætið þurrefnunum út í matskeið í einu og blandið öllu hratt saman til að mynda deig.
3. Taktu deigskammtana á stærð við valhnetu út með teskeið og settu þá í hrúgu á ofnplötu með annarri teskeið og skildu eftir smá pláss.
4. Kaffirópið bítur í ofninum (miðjan). Bakið í 12-13 mínútur á plötu. Takið út, takið af bökunarplötunni með bökunarpappírnum og látið kólna á vírgrindi. Dustið með flórsykri.

73. Nutella hindberja tiramisu

Hráefni

- 250 g hindber
- 250 ml þeyttur rjómi
- 3 egg (fersk)
- 500 g mascarpone
- 24 ladyfingers
- 250 ml kaffi (sterkt)
- 350 g Nutella
- Kakóduft (til að strá)
- Hindber (til skrauts) Undirbúningur

1. Búðu til kaffi og láttu það kólna aðeins.
2. Þvoið og maukið hindberin.
3. Þeytið þeytta rjómann í skál þar til hann er stífur, blandið eggjunum saman í annarri skál þar til hann er froðukenndur. Bætið þeyttum rjóma og mascarpone út í, blandið varlega saman.
4. Dýfið svampfingrum í kaffið og hyljið botninn á fati (t.d. eldfast mót). Blandið restinni af kaffinu saman við Nutella.
5. Smyrjið mascarpone kreminu á kexið, hellið svo Nutella kreminu og maukuðu hindberjunum ofan á. Haltu áfram í þessari röð þar til allt hráefnið hefur verið uppurið (endaðu með mascarpone kreminu).
6. Kældu tiramisu í að minnsta kosti 2 klukkustundir.
7. Stráið kakódufti yfir og skreytið með hindberjum áður en það er borið fram.

74. Ostur banani tiramisu

Hráefni

- 250 ml kaffi (sterkt)
- 1 skot af rommi (valfrjálst)
- 200 ml þeyttur rjómi
- 250 g ostur
- 400 g mascarpone
- 50 g flórsykur (eða eins og þú vilt)
- 4 bananar
- 200 g af ladyfingers
- Kakóduft (til að stökkva) undirbúningur

1. Sjóðið kaffi, látið kólna aðeins og blandið saman við slatta af rommi.
2. Þeytið þeytta rjómann í skál þar til hann er stífur. Blandið osti, macarpone og flórsykri saman við. Afhýðið og skerið bananana í sneiðar.
3. Dýfðu ladyfingers í kaffi og rommblönduna og settu þær í eldfast mót. Leggið lag af mascarpone krem yfir, toppið með bananasneiðum og ladyfingers. Haltu áfram að stækka þar til allt hráefnið hefur verið notað (endaðu af með lagi af mascarpone krem).
4. Kældu í að minnsta kosti 2 klukkustundir og stráðu kakódufti yfir áður en það er borið fram.

5. Cassava kaka með kaffi og kókos

Hráefni

- 3 bollar af hráu kassava (cassava) í matvinnsluvél
- 3 bollar af sykurtei
- 3 matskeiðar af smjöri
- $\frac{1}{4}$ bolli af Santa Clara kaffi síað
- $\frac{1}{4}$ bolli af mjólk
- 3 eggjahvítur
- 3 gimsteinar
- $\frac{1}{2}$ bolli rifinn parmesanostur
- 100 grömm af rifnum kókos
- 1 matskeið af lyftidufti
- 1 klípa af salti

Undirbúningur

1. Setjið maníokið í örgjörvann, setjið það í klút, kreistið það vel og fargið mjólkinni. Dreifið deiginu í mót og setjið til hliðar. Þeytið sykur og smjör í rafmagnshrærivél. Þegar það er orðið hvítleitt skaltu bæta við eggjarauðum, rifnum osti, kaffi og mjólk. Þeytið þar til allt hráefnið er vel blandað saman. Bætið kassavamassanum og kókosnum út í. Blandið saman með spaða. Að lokum, gerið og hvíturnar í snjó, blandað með spaða. Bakið á smurðri pönnu að eigin vali í forhituðum ofni við 180 gráður í um það bil 40 mínútur eða þar til yfirborðið er gullbrúnt.

76. Kaffi Busserln

Hráefni

- 4 stykki af eggjahvítu (120 g)
- 1 pakki af oblátum (40 mm í þvermál)
- 4 msk mokka
- 200 g flórsykur (púðursykur)

Undirbúningur

2. Skiljið eggin fyrir kaffiflögurnar. Blandið saman eggjahvítu, sykri og mokka og þeytið vel saman í vatnsbaði. Takið úr vatnsbaðinu og haldið áfram að þeyta þar til massinn hefur kólnað.
3. Setjið obláturnar á bökunarpappírsklædda ofnplötu og setjið blönduna í litlum skömmtum á diskana með húðfyllandi poka. Skildu eftir smá brún af oblátunni utan um massann - bollurnar losna samt í sundur á meðan þær eru bakaðar. Ef þú átt ekki oblátur heima geturðu sett Busserl beint á bökunarpappírinn.
4. Bakið kaffibaunirnar við um 150°C í um 30 mínútur.

77. Espresso og furuhnetuvöfflur

Hráefni

- 50 g furuhnetur
- 2 tsk af espressó baunum
- 125 g smjör (mjúkt)
- 100 g af sykri
- 1 pakki af bourbon vanillusykri
- 3 egg (stærð M)
- 250 g hveiti
- 1 tsk lyftiduft
- 75 g þeyttur rjómi
- 1/8 espressó (nýlagaður, kældur)
- 1 klípa af salti
- Fita (fyrir vöfflujárnið)

Undirbúningur

1. Fyrir espresso furuhnetuvöfflurnar, ristið furuhneturnar á pönnu þar til þær eru gullinbrúnar og látið þær kólna aðeins. Saxið espressóbaunirnar smátt með beittum hníf.
2. Þeytið smjör, 50 g sykur og vanillusykur þar til froðukennt. Skiljið eggin að. Hrærið eggjarauðunum út í smjörið og sykurrjómann. Blandið saman hveiti, lyftidufti og furuhnetum og blandið saman við til skiptis með þeyttum rjóma, espressó og espressóbaunum.
3. Þeytið eggjahvíturnar með salti og afganginum af sykrinum þar til þær eru þykkar og kremkenndar og blandið saman við.
4. Forhitið vöfflujárnið, smyrjið bökunarflötin þunnt. Settu um 2 matskeiðar af deigi á miðju neðra bökunarflötinn og lokaðu vöfflujárninu. Bakið vöffluna í ca. 2 mínútur þar til þær eru stökkar og ljósbrúnar.
5. Espressó- og furuhnetuvöfflurnar Takið úr, setjið á vírgrind og haldið áfram með afganginn af deiginu á sama hátt.

78. Kaffibollar Smákökur

Hráefni

- 50 g smjör
- 150 g hveiti
- 2 msk kakó
- 1 klípa af lyftidufti
- 50 g flórsykur
- 1 klípa af salti
- 1 stk egg
- 2 msk kaffi (sterkt)

Undirbúningur

1. Fyrir kaffibollakexið, skerið smjörið í litla bita. Sigtið hveiti, lyftiduft og kakó. Blandið öllu hráefninu saman við salti og flórsykur, þeytið eggið út í og blandið kaffinu saman við og hnoðið hratt til að mynda slétt deig. Látið hvíla í kæliskáp í um 1 klst.
2. Fletjið deigið út á hveitistráðu yfirborði og skerið hjörtun út með smákökuformi sem fæst í sölu og setjið á bökunarplötu klædda bökunarpappír.
3. Bakið kaffibollakexið í ofninum sem er forhitaður í 180°C í um það bil 10 mínútur.

79. Cappuccino marmara hlaupkaka

Hráefni

- 125 g smjör
- 150 grömm af sykri
- 4 egg
- 1 pakki af vanillusykri
- 1 klípa af salti
- 250 g hveiti (slétt)
- 1/2 pakk af lyftidufti
- 2 msk mjólk
- 4 msk cappuccino duft
- Flórsykur (til að strá) Undirbúningur

1. Fyrir cappuccino marmara ugelhupf, þeytið fyrst smjörið þar til það er froðukennt. Blandið helmingnum af sykrinum saman við eggjarauða og vanillusykur sérstaklega þar til froðukennt. Blandið báðum massanum saman.
2. Sigtið hveitið með lyftiduftinu. Þeytið eggjahvíturnar með afganginum af sykri með klípu af salti þar til þær eru stífar. Hrærið varlega í hvoru tveggja til skiptis.
3. Færið helminginn af deiginu í aðra skál. Blandið cappuccino duftinu saman við mjólk þar til þú sérð enga kekki lengur. Hrærið helmingnum af deiginu saman við.
4. Smyrjið og hveiti pönnu (eða stráið brauðrasp yfir). Hellið fyrst ljósinu, síðan dökka massanum og farðu í gegnum hann með priki til að mynda marmara.
5. Bakið við 150°C í forhituðum ofni í um 50 mínútur.
6. Snúið cappuccino marmara hlaupkökunni út og stráið flórsykri yfir.

80. Avókadó Kaffi í glasi

Hráefni

- 4 avókadó (lítil, þroskuð)
- 4 msk möndlumjólk (sæt)
- 4 tsk chiafræ
- 1 klípa af kanildufti
- 200 g jógúrt (10% fita)
- 600 ml af kaffi

Undirbúningur

1. Haldið avókadóinu í helming, takið steininn úr og takið kvoða af hýðinu.
2. Maukið með möndlumjólkinni og chiafræjunum og kryddið með kanil.
3. Skiptið avókadóblöndunni í 4 handfangsglös. Setjið jógúrtina ofan á og hellið rólega nýlaguðu kaffi (helst úr sjálfvirku vélinni) yfir bakið á skeið.
4. Setjið strá og berið fram.

SNÍL

31. Rjómasneiðar

Hráefni

- 1 msk smjör
- 3 msk sykur
- 200 g þeyttur toppur
- 200 ml af mjólk
- Hvítt brauð (frá fyrri degi) undirbúningur

1. Karamellaðu 1 msk smjör og 3 msk sykur á pönnu.
2. Hellið svo þeyttum rjóma og mjólk út í. Látið suðuna koma upp þar til sykurinn hefur leyst upp.
3. Skerið brauðið í sneiðar og ristið í smá skýru smjöri á báðum hliðum þar til það er gullbrúnt. Setjið brauðsneiðarnar í skál og hellið mjólkur-sykurblöndunni yfir þær.
4. Raðið heitu á disk og berið fram með kaffi eða sætu víni (Trockenbeerenauslese).

32. Ávaxtakaka

Hráefni

- 150 g smjör
- 100 g flórsykur
- 3 eggjarauður
- 2 eggjahvítur
- 50 g kornsykur
- 180 g hveiti (slétt)
- 4 g lyftiduft
- 100 ml mjólk
- 100 g rúsínur
- 50 g sítrónubörkur (hakkað)
- 50 g aranzini (hakkað)
- 50 g matreiðslusúkkulaði (hakkað)
- Vanilla (eða önnur sykur)
- Sítrónubörkur (rifinn)
- salt

Undirbúningur

1. Blandið smjörinu saman við flórsykrinum, smá salti, vanillumassa eða sykri og rifnum sítrónuberki þar til það er froðukennt. Hrærið eggjarauðunum smám saman út í. Þeytið eggjahvíturnar með strásykri til að mynda snjó. Blandið saman við smjörblönduna. Blandið hveiti saman við lyftiduft, hrærið út í blönduna og hellið mjólkinni út í. Blandið rúsínum, sítrónuberki, aranzini og súkkulaði saman við. Hellið blöndunni í gugelhupf form sem hefur verið húðað með smjöri og dustað með hveiti. Bakið í forhituðum ofni við 160°C í um 55 mínútur.

3. Caipirinha muffins

Hráefni

- 300 g hveiti
- 1 1/2 teskeið af lyftidufti
- 1/2 tsk matarsódi □ 1 nr.
- 300 g jógúrt (náttúruleg)
- 150 grömm af sykri
- 100 ml af olíu
- 4 lime
- 50 ml romm (hvítt eða cachaca)
- 50 g súkkulaði (hvítt)
- 1 msk romm (hvítt)
- smá fita (fyrir formið) Undirbúningur

2. Fyrir caipirinha muffins, blandaðu fyrst hveitinu saman við lyftiduftið og matarsódan.
3. Forhitið ofninn í 200°C.
4. Blandið egginu, jógúrtinni og sykrinum saman í skál. Þvoið límónurnar vel, nuddið berkina og kreistið út.
5. Blandið safa og börk af 3 lime með hvítu rommi. Bætið hveitiblöndunni saman við og hrærið þar til það er rakt. Smyrjið 12 muffinsbollana og hellið deiginu út í. Bakið muffins í um 25-30 mínútur. Kreistið annan hálfan lime og skerið þunnar strimla af hýðinu.
6. Skerið súkkulaðið í bita og bræðið. Hrærið safa og rommi saman við og dreifið yfir enn heitar muffins.

34. Mangó kókos orkuboltar

Hráefni

- 100 g Seeberger Mango (þurrkaðir ávextir)
- 200 g Seeberger döðlur (hreinsaðar)
- 75 g Seeberger trail blanda
- 70 ml af vatni 2 msk kókosflögur Til að rúlla:
- 2 msk kókosflögur undirbúningur

1. Fyrir Mango Coconut orkukúlurnar, látið vatnið sjóða.
2. Blandið öllu hráefninu saman og blandið fínt í blandara. Það fer eftir því hvaða samkvæmni er óskað er hægt að bæta við aðeins meira vatni.
3. Vætið hendurnar og mótið jafnstórar kúlur úr blöndunni.
4. Veltið síðan upp í kókosflögur.
5. Kældu í ísskáp í nokkrar klukkustundir.

35. Kornblóma- og Daisy-grautur

Hráefni

- 1 epli (lítið)
- 12 msk haframjöl
- 400 ml af mjólk
- 3 teskeiðar af hunangi
- 6 tsk kornblómablóm (þurrkuð)
- 2 msk maríublóm

Undirbúningur

1. Afhýðið eplið, fjarlægið kjarnann og nuddið á grófu hliðina á raspinu.
2. Setjið rifið eplið, hafraflögurnar og mjólkina í pott og látið malla á meðan hrært er þar til grauturinn hefur æskilega þéttleika.
3. Bætið hunangi og kornblómablómum út í og hrærið í. Fyllið í skálar og stráið dúkunum yfir.

86. Colomba-búðingur með kaffi

Hráefni

- 6 sneiðar af söxuðum colomba
- 150 ml af Premium 3 Hearts kaffi útbúið með 150 ml af vatni og 2 matskeiðar af kaffi
- 100 ml af appelsínusafa
- 1 matskeið af appelsínuberki
- 1 matskeið af smjöri í smyrsl
- Kanillduft eftir smekk
- 1 matskeið af strásykri með kanil eftir smekk

Undirbúningur

1. Setjið Colomba bitana í skál. Bætið við kaffi, smjöri, appelsínusafa og berki. Að lokum skaltu setja kanilinn með.
2. Blandið vel saman og setjið allt í kökuform klætt með bökunarpappír. Stráið sykrinum yfir kanil áður en hann er settur í forhitaðan ofn (180°C) í 40 mínútur.

37. Hnetusmjör og espressósamloka

Hráefni

- 1 glas af 200 grömm af hnetusmjöri
- 1 bolli af espressókaffi (eða sterkt síað)
- 1 glas af rauðu ávaxtahlaupi
- Brauðsneiðar að eigin vali

Undirbúningur

1. Smyrjið hnetusmjörinu með kaffinu í matvinnsluvélinni.
2. Útbúið samlokuna með því að dreifa hnetusmjöri og kaffi á aðra sneiðina og berjasultu á hina. Bættu sneiðunum í samloku og þú ert búinn!

38. Sætmjólk og kaffibaka

Hráefni (deig)

- 200 grömm af möluðu maíssterkjukexi
- 100 grömm af smjöri
- ½ bolli heitt síað Pimpinela Golden kaffi
- 1 teskeið af efnageri

Undirbúningur

1. Forhitið ofninn í 180°.
2. Bræðið smjörið í kaffinu og blandið því smám saman við mulda kexið sem þegar hefur verið blandað saman við gerið. Fóðraðu lausan ramma (20 cm í þvermál) í 1/2 cm hæð. Bakið í 30 mínútur.
3. Fjarlægðu og bíddu að kólna.

9. Súkkulaðihnetustykki

Hráefni

- 250 grömm af súkkulaði ég blandaði saman mjólk og dökku súkkulaði
- 400 grömm af hveiti
- 1 tsk lyftiduft
- Brjótið upp 250 grömm af smjöri
- Haframjöl 300 grömm
- 100 grömm af púðursykri
- 100 grömm af saltum og söxuðum hnetum, helst blanda
- 2 lítil egg

Fyrir rjóma

- 80 grömm af stökku hnetusmjöri
- Þétt mjólk 200 ml
- 200 ml milk maiden sæt og rjómalöguð þétt mjólk

Undirbúningur

1. Saxið tvær tegundir af súkkulaði - ekki of fínt, ekki of gróft. Notaðu lyftiduft og smjör til að vinna úr hveitinu í brothætt deig. Bætið við haframjöli, púðursykri og söxuðum hnetum og blandið öllu saman.
2. Setjið hluta af brauðmylsnu (um fjórðungur) með söxuðu súkkulaði í aðra skál. Þú þarft ekki þessa blöndu lengur.
3. Bætið eggjunum við afganginn af molanum, blandið öllu saman og setjið deigið í bökunarpappírsklædda ofnform sem botn. Þrýstu þétt niður - Settu lítinn kökukefli á það þannig að allt sé jafnt og slétt. Bakið deigið við 180 gráður upp og niður í um 15 mínútur.
4. Blandið saman niðursoðinni mjólk og sykruðu niðursoðnu mjólkinni saman við hnetusmjör. Ekki er víst að það sé nauðsynlegt að blanda venjulegri þéttri mjólk saman við

örlítið þykka mjólkurþjón. Bestur árangur fékkst þó hvað varðar samkvæmni og bragð.

5. Hellið blöndunni af hnetum og mjólk í nýbakaðan, örlítið kældan botn. Það er tiltölulega fljótandi! Stráið afganginum af deiginu og súkkulaðiblöndunni á mulninginn, þrýstið aðeins niður og bakið í um 20 mínútur. Það er ekki auðvelt að finna réttan tíma til að fjarlægja. Best er að taka það aðeins hraðar úr ofninum. Því það kólnar og allt verður erfiðara. Skerið það í bar eða ferning og njótið!

90. Kaffikex

ıráefni

ᖴyrir deigið:

- 160 g hveiti
- 80 g flórsykur
- 80 g hnetur
- 1 dóttir 1 msk romm
- 120 g smjör
- 2 msk kaffi (sterkt) Fyrir kremið:
- 80 g smjör (mjúkt)
- 80 g flórsykur 2 msk kaffi (sterkt)
- 1 msk romm Fyrir gljáann:
- 70 g flórsykur
- 2 1/2 msk kaffi
- 1 dropi af olíu (kókosolíu) undirbúningi

1. Vinnið allt hráefni í deig og kælið í 1 klst.
2. Fletjið deigið út og skerið út hringi og bakið við 175°C í um 8 mínútur.
3. Fyrir rjómann, þeytið smjörið með sykri þar til það er froðukennt og hrærið svo romminu og kaffinu rólega saman við.
4. Fylltu kældu kexið með rjóma.
5. Fyrir gljáann blandaðu öllu saman þar til þú hefur smurhæfan massa.
6. Penslið kaffikexið með sleikju og skreytið með mokkabauni.

91. Kaffigljái

ráefni

- 250 g flórsykur
- heitt vatn
- minnkað kaffi
- 1 msk mjólkurtilbúningur

1. Fyrir kaffigljáann skaltu sjóða kaffið og draga hægt úr því í potti þar til seigfljótandi massi myndast. Þetta gefur gljáanum sinn fallega mokkabrúna lit.
2. Hrærið nú vatni og kaffi rólega út í sigtaða flórsykurinn þar til slétt, fljótandi blanda hefur myndast. Hrærið að lokum mjólkinni út í kaffigljáann.

92. Kaffi Busserl

ráefni

- 4 stykki af eggjahvítum (120 g)
- 1 pakki af vöfflum (40 mm í þvermál)
- 4 msk mokka
- 200 g flórsykur (púðursykur) undirbúningur

1. Skiljið eggin fyrir kaffiflögurnar. Blandið eggjahvítu, sykri og mokka saman og þeytið vel saman í vatnsbaði. Takið úr vatnsbaðinu og haldið áfram að þeyta þar til blandan hefur kólnað.
2. Setjið vöfflurnar á bökunarpappírsklædda ofnplötu og setjið blönduna í litla skömmtum á vöfflurnar með húðfyllingarpoka. Skildu eftir smá brún af vöfflunni utan um massann - bollurnar losna enn við bakstur. Ef þú átt ekki vöfflur heima geturðu borið Busserl beint á bökunarpappírinn.
3. Bakið kaffibaunirnar á ca. 150°C í ca. 30 mínútur.

93. Mokkakökur

ıráefni

Mokka deig:

- 125 g smjör 90 g sykur 1 nr.
- 110 g hveiti
- 60 g heslihnetur (malaðar)
- 2 msk instant kaffiduft

Gljáður:

- 125 g flórsykur
- 2 tsk instant kaffiduft
- 3-4 msk vatn

ındirbúningur

1. Fyrir mokkakökurnar, hrærið smjörinu og sykrinum saman við þar til það er froðukennt, hrærið síðan egginu saman við.
2. Hrærið hveiti og heslihnetum saman við. Leysið kaffi upp í smá vatni og hrærið í. Setjið litlar hrúgur með 2 tsk á bökunarplötuna og bakið í 8-10 mínútur við 200°.
3. Látið kólna. Blandið flórsykri saman við kaffi og vatn í gljáa. Setjið ögn af frosti á hvert kex og skreytið með mokka baun.

94. Espresso-Brownies

ráefni

- 500 g beiskt súkkulaði
- 75 ml espressó (nýsoðið)
- 300 g smjör
- 500 g sykur (brúnn)
- 6 egg (stofuhita og miðlungs)
- 250 g Mehl
- 2 klípur af salti
- 4 msk espressóbaunir (heilar)
- Smjör (fyrir bökunarplötuna)
- Hveiti (fyrir bökunarplötuna)

ndirbúningur

1. Fyrir espresso brownies, saxið súkkulaðið. Hitið espressó, smjör og sykur að suðu og setjið til hliðar. Hrærið 400 g súkkulaði út í og látið bráðna. Látið það síðan kólna í um það bil 10 mínútur. Hitið ofninn í 180°C. Smyrjið bökunarplötu og stráið með hveiti.
2. Hrærið 1 eggi á eftir öðru út í súkkulaðiblönduna í ca. 1 mínútu. Blandið hveiti, salti og restinni af súkkulaðinu saman við. Dreifið deiginu á bökunarplötuna og stráið espressóbaunum yfir. Bakið í ofni við 160°C í ca
3. 25 mínútur.
4. Látið kólna og skerið espresso brownies í stóra bita.

95. Kaffilíkjör með vanillu

ráefni

- 75 g kaffibaunir
- 175 g grjótkonfekt
- 2 vanillustönglar
- 700 ml brúnt romm (40% rúmmál) undirbúningur

1. Fyrir kaffilíkjörinn skaltu setja kaffibaunirnar í frystipoka og mylja þær með hamri, en ekki mala þær.
2. Hellið steinsykrinum og sneiðum vanillustöngum í hreina, soðna flösku. Hellið romminu yfir og lokaðu flöskunni mjög vel.
3. Setjið líkjörinn í frysti í 1 viku og hristið kröftuglega á hverjum degi. Hellið í gegnum fínt sigti og hellið aftur í flösku. Geymið kaffilíkjörinn á köldum stað og geymið hann síðan í 2-3 mánuði.

96. Kastaníukrem álegg á kryddkaffi

ıráefni

- 200 g kastaníumauk (eða kastaníuhrísgrjón)
- 200 ml þeyttur rjómi
- 100 ml mjólk
- 24 g flórsykur undirbúningur

1. Fyrir kastaníurjómatoppið skaltu hræra öllu hráefninu vel þar til flórsykurinn hefur leyst upp og rjómablanda myndast.
2. Hellið blöndunni í 0,5 L iSi þeytara, skrúfið á iSi rjómahleðslutæki og hristið kröftuglega. Kældu í kæli í 1-2 klst.
3. Bætið 1 tsk af vanillusykri, $\frac{1}{2}$ tsk af appelsínuberki og klípu af kanil, engifer og kardimommum í bolla. Hellið nýlaguðu kaffi ofan á. Berið fram heitt með álegginu og njótið strax

97. Kaffikökupopp

ráefni

- 160 g mascarpone
- 1 msk espressó
- 1 tsk kaffilíkjör
- 150 g ladyfingers (fínt mulið)
- 110 g hlíf (hvítur)
- nokkra dropa af olíu
- 50 g hlíf (dökk) undirbúningur

1. Fyrir kaffikökur, blandaðu fyrst mascarpone við kaffið og kaffilíkjörinn. Hrærið svo kexmylsnunni saman við þannig að það myndist fastur massi sem auðvelt er að móta í kúlur og festist ekki við hendurnar. Fletjið út jafnstórar kúlur og kælið í um hálftíma.
2. Á meðan skaltu bræða hvíta hlífina með nokkrum dropum af olíu yfir vatnsbaði. Dýfið stilkunum í annan endann og stingið þeim í kúlurnar. Setjið á köldum stað þar til súkkulaðið er vel þurrt.
3. Smyrjið síðan kökubollana með ljósu hlífinni og snúið þeim stöðugt. Kældu aftur í um hálftíma svo gljáinn þorni vel.
4. Í millitíðinni skaltu bræða dökka hlífina með smá olíu. Tæmið toppinn af kökukökupoppunum og leyfið kaffikökupoppunum að þorna aftur á köldum stað áður en þeir eru borðaðir.

98. Ískaffi með anís og lakkrís

ráefni

- 6 Nespresso hylki
- 1 tsk anísfræ (lítil; möluð)
- 1 stafur af lakkrís
- 1 msk hunang 7 myntublöð (fersk) Ísmolaefni:
- 2 vatnsglasur (110 ml)
- 1 glervörur

ndirbúningur

1. Útbúið 6 espressó með Nespresso kaffinu að eigin vali.
2. Setjið espressóin saman við möluð anísfræ, tvískipt lakkrísrótina og hunangið í kalda glerkönnu. Látið malla í 10 mínútur.
3. Best er að setja könnuna í fötu með ísmolum til að kæla blönduna.
4. Hellið í ískalda bolla og skreytið með fersku myntulaufi, hálfri lakkrísrót og nokkrum ísmolum.

99. Kaffi rúlla

ıráefni

- kex

ᶠyrir fyllinguna:

- 125 ml af kaffi
- 125 ml af vatni
- 100 g kornsykur
- 50 g hveiti
- 1 pakki af vanillusykri
- 1 dash af kaffilíkjör (eftir smekk)
- 1 eggjarauða
- 250 g smjör (stofuhita) undirbúningur

1. Fyrir kaffirúllað, útbúið fyrst svampkökuna samkvæmt grunnuppskriftinni. Eftir bakstur er rúllað upp með hreinu, þurru viskustykki og látið kólna.
2. Hrærið í millitíðinni öllu hráefninu í rjómann og látið suðuna koma upp í potti, hrærið stöðugt í, og leyfið að þykkna þar til kremið er eins og búðingur. Taktu það af eldavélinni og láttu það kólna. Hrærið síðan smjörinu saman við.
3. Fletjið kökunni varlega út aftur, smyrjið kreminu ofan á og rúllið rúllunni upp aftur.
4. Berið fram kaffi rúlluna.

100. Kaffibúðingur

ráefni

- 1/2 l mjólk (1%)
- 1 pakki af vanillubúðingdufti
- Tapa 1 matskeið af kaffi
- 2 msk romm
- Undirbúningur sætuefnis (eftir þörfum).

1. Fyrir kaffibúðinginn skaltu blanda búðingduftinu saman við smá mjólk.
2. Hitið restina af mjólkinni að suðu, hrærið kaffinu, romminu og sætuefninu saman við. Hitið blönduðu búðinginn að suðu og hellið í eftirréttsskálar.

NIÐURSTAÐA

Þetta eru heillandi og fjölbreyttar uppskriftir sem munu aðstoða kaffiunnendur með ótrúlegu og sláandi bragði sem er að verða algengara í daglegu lífi. Veldu uppáhalds og borðaðu vel!

www.ingramcontent.com/pod-product-compliance
Lightning Source LLC
LaVergne TN
LVHW010923061026
849535LV00007B/2210
* 9 7 8 1 8 3 5 0 0 8 9 4 2 *